கன்னத்து குழி

விஜய் நவீன்

ஏலே பதிப்பகம்

கன்னத்து குழி – கவிதை

எழுத்தாளர்: விஜய் நவீன்

முதல் பதிப்பு: நவம்பர் 2021

வெளியீடு:
ஏலே பதிப்பகம்
5/175, பாத்திமா நகர்,
கூத்தென்குழி,
திருநெல்வேலி – 627104
தொடர்புக்கு: 9944992571

Kannathu kuzhi - Poetry

Author: vijay navin
First Edition: November 2021

Published By:
Aelay Publish
5/175, Fathima nagar,
Kuthenkuly,
Tirunelveli -627104
Phone: 9944992571

Design And Executed by

ISBN : 978-93-5533-051-2
Page : 94

முன்னுரை

இக்கவிதைகள் எல்லாம் என்னில் தோன்றியவை!
ஆனால் தோற்றிவித்தது என்னவோ காதல்தான்!

கனவிலோ! இல்லை நினைவிலோ!
ஏதோ ஓர் வகையில் எல்லோரிடமும் காதல் வாழ்கிறது!
நம்மை வாழவும் செய்கிறது!

காதல்தான் உலகை ரசித்திட செய்யும்,
காதல்கள் எப்போதும் நெஞ்சின் ஓரத்தில் எங்காவது
வாழ்ந்து கொண்டுதான் இருக்கும்!

அத்தகைய காதலை மீட்டெடுக்கவே இக்கவிதை தொகுப்பு!

என் கவிதைகளின் தொகுப்பை நீங்கள் படித்தால்
நிச்சயமாக உங்கள் இதயத்தின் ஓரத்தில் ஒழிந்திருக்கும்
காதல் மீண்டும் நினைவுகளில் ஒளிர்ந்திடும்.

அன்னையும் பிதாவும்
முன்னறி தெய்வம்

பிடித்த தத்துவங்கள்

நான் நானே எப்போதுமே!
இதுவும் கடந்து போகும்!

என் காதல் தாவணி

காதலித்து பார்த்தேன்

வீசும்
காற்றெல்லாம் தென்றலாய்
தோன்றுகின்றது

பார்க்கும் பூக்களெல்லாம்
உனக்கானதாய் தெரிகின்றது

உன் காலடி
சுவடெல்லாம் விபூதியாய்
மாறுகின்றது

நீ
உடுத்திய சுடிதார் மட்டும்
எதிரியாய் முறைக்கின்றது

உன்னை
காணாத நாட்கள்
நரகமாய் நகர்கின்றது

நீ
சிரிக்கின்ற நிமிடங்கள்
பகலில் நிலவை உதிர்(க்)கின்றது

பகலில்
கனவு காண
பிடிக்கின்றது

இரவில்
தூக்கமே வெறுக்கின்றது!

முத்தத்தின் வகைகள்

நாம் காதலிக்கும் பருவத்தில்!

மழைச்சாரலின் முதல் தீண்டலை
உணரும்போது முத்தங்கள் கேட்பேன்,
கைபேசியில்
ம்மா ம்மா ம்மா என எச்சில் ஊர தந்திடுவாள்...

திருமணம் முடிந்த பின்!
பூவிற்கும் தேனிற்கும் உள்ள நெருக்கத்தை உணர்த்தும்,
அவள் இதழும் என் இதழும்...

குழந்தை பிறந்து ஐந்து வயதாகிறது!

மழைச்சாரல் என்னை தீண்டும் சூழல்
பஜக் என முத்தம் கொடுத்துவிட்டு...
அம்மா கொடுக்க சொல்லிச்சு என
கப்பலிட ஓடுகிறாள் என் மகள்.

கொழுப்பு

உன்னல்லாம்
காதலிச்சேன் பாரு...,
என்ன சொல்லனும்... ?

என நீ சீக்கிரம்
வந்துவிட்டு,
என் மீது கோபத்தில்
சிமிட்டி
கொள்ளும் போதெல்லாம்,
தோன்றுகிறது...

இன்னும்
கொஞ்சம்
காத்திருக்க
வைத்திருக்கலாம் என்று....

வானத்தின் ஒரு தலைக்காதல்

தன்னவளை
காணவில்லை!
கோபத்தில்
கத்துகிறான் இடியாக.....
காதலால்
கதறுகிறான் மழையாக.....
(அழுகிறான்)
அவனும் அறிந்திருக்கவில்லை
அவளும் அறிவிக்கவில்லை
அம்மாவாசை அன்று
அவள் விடுப்பு என்று...

கால்வாய்

அவள் கால் நனைத்த
கால்வாய் கூட
காவிரியாய் மோட்சம் பெறுகிறது!

கோலம்

பூமி கோளமானதே!
என்னவள் கோலமிட்டதால் தானாம்!

அவள் சிரிப்பு

ஏதேதோ பேச!
ஏதேதோ நினைக்கிறேன்.
எல்லாம் விணாகிறது!
மௌனமே மொழியாகிறது!
நீ சிரித்தபின்...

பருவ காதல்

பகலில் அவளை ரசித்து,
இரவில் அவளை நினைத்து,
யவருக்கும் தெரியாமல்
ஒளிந்து,
மறைந்து,
மனதை கரைத்து,
காதலை சேர்த்து,
எழுதிய கடிதத்தை,
உரியவளிடம் உரிய நேரத்தில்
கொடுத்திட முடிந்திடாமல்
யாரும் பார்த்திடாமல்
அவளே பாராமல்
அவளிடம் கொடுக்க நினைத்திடுகையில்,
ஆசிரியரிடம் சிக்கி
பெற்றோரிடம் சின்னாபின்னமாகி
தோன்றிடும் பருவ காதல்!

பருவத்தை இன்னும் அழகாக்கும்!
வாழ்க்கையில் என்றும் நினைவிருக்கும்!

பூந்தோட்டம் ।

கட்டிய பூவை தலையில் சூடி
அழகாய் இருக்கிறதா? என்கின்றாய்
சற்று தலைசுற்றித்தான் போகிறது எனக்கு
எது உண்மையில் பூவென்று!

*****

நீ பூக்கடைக்கு
போய் வரும் கணத்தில்
அங்கே பூக்களின் எண்ணிக்கை
ஒன்று கூடி குறைகிறது

*****

எந்த நிலவும் நிலவு
விற்பதில்லை
எந்த தென்றலும் தென்றல்
விற்பதில்லை
பின்னே!
இவள் மட்டும் ஏன் பூக்கள் விற்கிறாள்

*****

பூந்தோட்டம் II

தண்ணீர் ஊற்றினால் தானே!
பூக்கள் பூக்கும்...
அப்படி எனில்!
உன் அன்னை எத்தனை லிட்டர்
குடித்திருப்பாள்...

*****

குண்டு மல்லி வேணுமா!
குண்டு மல்லி வேணுமா!
என்றவளிடம் எப்படி சொல்வேன்
உன்னை போல்!
குண்டான மல்லி வேண்டும் என்று

*****

ஆடை செய்யும்
ஆடை தொழிற்சாலைகள் இருக்கையில்
உன் சிரிப்பு!
பூக்கள் செய்யும்
அழகு தொழிற்சாலை

*****

கூண்டு கிளி

பேசிய பாவத்திற்காக
சிறையில் அடைத்தார்கள்!
கிளியை

ஒரு தலைக்காதல்

பத்து தலையில் பிறந்தவனே!
ஒரு தலைக்காதலால் மறைந்தான்!
நான் என் செய்வேன்!
ஒரு தலைக்கொண்ட காதலன் நான்!

என் சீதையாய் நீ,
வனத்தில் வதை படாமல் உன்னை
என் வானத்தில் மிதக்க செய்வேன்!

இராவணன் தான் நான்!
நெருப்பில் நீ விழுந்தாலும்
விலகாமல் உன்னை காப்பேன்!

புஷ்பரக வாகனத்தில்,
என் புஷ்பமான உன்னை
ஏற்றி செல்வேன்!

ஒரு மொழி கவிதை! நீ
கசங்காமல் காத்திடுவேன்!
நீ இல்லையென்றால் நொந்திடுவேன்!
விட்டு விலகினாலும் உனக்காக வாழ்ந்திடுவேன்!
என்றைக்காவது உன்னை வென்றிடுவேன்!
இயலவில்லை என்றாலும் உனக்காக இறந்திடுவேன்!
இறந்தாலும் உன்னையே சுற்றி வந்திடுவேன்!

காதலியின் மகள்

காதலில் தோற்றவனுக்கு
திரும்பவும் காதல் வரத்தான் செய்கிறது!

அவளின்
அதே கண்கள்

அதே உதடு

அந்த மூக்கு மட்டும்
ஒருவேளை அவள் கணவனின் ஜாடையோ!

என்ன தான்!
அவள் மீது காதல் கொண்டாலும்
அவள் மூக்கு மட்டும்
பிடித்திருக்கவில்லை

பர்தாகாரி।

தேவதை என்றால் வெண்ணிற இறக்கையில்
பறக்க தேவையில்லை,

அவள் போல் பர்தாக்குள்
மறைந்தும் இருக்கலாம்
*****
பட்டாம்பூச்சிக்கு பர்தா அணிவித்து
பறக்கவிடாமல் பஸ்ஸில்
அனுப்பிவிடுகிறார்கள் போலும்!
பாவமாய் பார்கிறாள் அவளும்❤
பிடித்துவிடத்தான் பார்க்கிறேன் நானும்
*****
வண்ண வண்ண பட்டாம்பூச்சிகளில்
இவளோ!!!
கருப்பு வெள்ளை வண்ணத்துப்பூச்சி
*****

பர்தாகாரி II

நிலவை கார்மேகந்தான்
மறைக்கவேண்டும் என்றல்ல!
பல நேரங்களில் அவள் பர்தாவும்
மறைத்துக்கொள்கிறது

*****

அவள் முழுதும் மறைத்து
முக்காலிட்டு வருகிறாளே!

அதனால்தான் இன்று
அம்மாவாசையோ!

*****

அரை நிலவைத்தானே பிறை என்பார்கள்,
இவள் முழு நிலவாயிற்றே!

*****

பிரியாணிக்காரி

நிலவில் பிரியாணி செய்யும்
பாட்டியின் அழகு பேத்தி நீ
*****

என் வீட்டு காக்கா
வடை திருடுவதை விடுத்து
பிரியாணி திருட ஆரம்பித்துவிட்டது
உன்னால்!
*****

நீரின்றி அமையாது உலகு
என்பதை மீறி
பீஸின்றி அமையாது பிரியாணி
என்கிறது உனது விழி
*****

வண்ணத்துப்பூச்சி

அனைத்து வண்ணத்துப்பூச்சிகளும்
தேன் சுமக்க...
என் வீட்டு வண்ணத்துப்பூச்சி மட்டும்
கல்லூரிக்கு செல்கிறது

*****

பட்டாம்பூச்சி பறக்கும் என்றிருந்தேன்
உன்னை காணும் வரை

அழகி

எத்தனை அழகானதாய் பொருள் இருந்தாலும்
நீ அருகில் வந்தால்
சற்று சுமாராகத்தான் தெரிகிறது!

தேவதை

உன்னிடம் கேள்வி கேட்கும் போது
மட்டும் ஆசிரியர்கள்!
Airtel சூப்பர் சிங்கர்
ஜட்ஜ் ஆகிவிடுகிறார்கள்

கண்ணழகி

பூமிக்கு ஓர் நிலவு
என்பவர்கள் உன் கண்களை
காணாதவர்கள்

*****

நிலவை அழகாக்க
இரவில் கண்களை மூடிக்கொள்கிறாள்!

*****

வெள்ளை
வானத்தில்
கருப்பு நிலா
உன் கண்கள்...
தயவுசெய்து சிமிட்டாதே!
நொறுங்கிவிடும் என் இதயம்!

அழுக்கி

உன் மேனித்தொட்ட
மழைத்துளிக்கெல்லாம்,

தேன் துளி என
இன்னொரு பெயர்
இருக்கிறதாம்!

*****

நீ முகம் கழுவிடும் தண்ணீரில் தான்
பிரம்மன் அழகிகளை பயிரிடுகிறான்

*****

தினம் இரவில் குளித்து விடுகிறாள்,
அவளுக்கு எப்படி சொல்வது!

அவள் அழுக்காய் இருந்தால் தான்
இன்னும் அழகாய் இருக்கிறாள் என்பதை!

*****

மொத்த அழகையும்
ஒற்றை பாவாடையில் சுழற்றி
குளிக்கிறாள்!
அடுத்த ஜென்மமாவது
நீர் துளியாய் பிறந்திட வேண்டும்

*****

வியர்வையில் பூத்திடும் உனதழகை,
தண்ணீரில் கரைக்கிறாய்!

கழுதைக்கு தானே
கர்பூர வாசனை தெரியாது,
அழகிக்கும்
தெரியாதோ?

முகப்புள்ளி (Pimples)

அழகிக்கு கண்ணு பட்டுவிடுமென்றே
அழகாய் திருஷ்டி பொட்டிடுகிறான்,
பிரம்மன்...
அது இன்னும் அழகாய் ஆக்குகிறது அவளை
*****

அருகில் இருந்த விண்மீன்களை
கையில் பிடித்து முகத்தில் ஒட்டிக்கொண்டால் போலும்
அவளைவிட அதிகமாய் பிரகாசிக்கின்றது அவளது #pimples
*****

இறைவன் எழுதிய அழகிய கவிதையில்,
சற்றே அதீத ஒப்பனை
உன் முகத்தில் pimples

கொரோனா

விரலை தொட்டால் கூட
சிலிர்த்து கொண்ட என்னவள்,
இன்று இதோடு
நான்கு முறை கட்டி
அணைத்து விட்டாள்.
நன்றிகள் பல....

கொரோனாவிற்கும்
தேர்வை ரத்து செய்தவர்களுக்கும்

நிலா

ரம்ஜான் பண்டிகை
உனக்கு பொருந்தும்
நீ நிலா என்பதால்
*****

நிலா நிலா ஓடி வா
நில்லாமல் ஓடி வா என்கிறது குழந்தை!
நிலா நிலா ஓடி வா
நிறுத்தாமல் முத்தம் தா என்கிறேன் உன்னை!
*****

நிலவில் கால் வைத்தது
நீல் ஆம்ஸ்ட்ராங் எனில்
நிலவில் கை வைத்தது
நவின் தானே வரும்
*****

பறவையை பார்த்து
விமானம் படைக்கப்பட்டது
உன்னை பார்த்து
நிலா வரையப்பட்டது
*****

அழகு இராட்சசி

எவராவது எழுதுங்களேன்
அவள் வீட்டிற்கு முன்
இதயங்கள் ஜாக்கிரதை என்று
*****

கவனம்
விபத்து பகுதி.....

அவள் கண்ணிற்காக
நான் எழுதிய கவிதை
*****

பூமி சுற்றுவதே
உனக்கு திருஷ்டி முறிக்கத்தானாம்!
*****

கட்டபொம்மனும்
திப்பு சுல்தானும்
காதல் கப்பம் கட்டுகிறார்கள்!

நீ வரலாற்று புத்தகம் படிப்பதால்
*****

இதுவரை படித்த ஆங்கிலமே
விளங்கியது இல்லை எனக்கு,

ஆனால் முப்பது நாளில் காதல் செய்வது எப்படி
என புத்தகம் எழுத வைத்துவிட்டாள்!
*****

ஆபத்தானவள்

மேடு பள்ளம் அதிகம்
உள்ள அழகிய ஆபத்தான
சாலை நீ

வாழைப்பழ தோல் வழுக்கி
விழுந்த வாலிபன் நான்

வானவில்

கருப்பை நீரால் கழுவி
வண்ணக்கோடுகளை பூசிக்கொள்கிறது!
இந்த வானம்

பேரழகி

பேரண்டத்தில் நான் காணா பேரழகியோ!

கதைக்குள் கதை சொல்லிடும் கண்ணழகியோ!

முன்ஜென்ம மேனகையோ!
நான் அறியேன்!

தேவதை என்ற சொல்லே தேவையில்லாதது ஆகிபோனது
உன்னால்

உன்னை பார்த்து பூக்கள் படைத்தானோ!
இல்லை
பூக்கள் பார்த்து உன்னை படைத்தானோ!
படைத்தவனே அறிவான்.

ஒரு கொடியில் கனிந்த பல கனிகள் நீ

வண்ணத்துப்பூச்சிகளுக்கு வண்ணம்
தீட்டிடும் மின்னிடும் மின்மினிப்பூச்சி நீ

நிலா சிரிப்பழகி!

தங்க சிமிழ் மூக்கழகி

ஆரஞ்சு உதட்டழகி

பால் வண்ண நிறத்தழகி

அழகுகள் கொட்டும் அற்புத விளக்கானவள் நீ
திருடனாய் நான்

காதல் தோல்வி

ரோஜா செடியில் முள்
இருப்பது உண்மைதான்...
ஆனால் குத்துவது என்னவோ
ரோஜாவாகத்தான் இருக்கும்

பெயரறியா தேவதை

திக்கி திக்கி அவள்
ஆங்கிலம் பேசுகையிலே அறிந்தேன்

அவள் பேசினால் அன்னிய மொழிக்கூட
தித்திக்கும் என்பதை...

பெயரறியா தேவதைக்கு இன்னுமோர் கவிதை

Audit சென்ற வேளையில்
அழகாய் நின்றிருந்த அவள்!

அத்தனை அழகையும் அற்புதமாய்
கொண்டிருந்த அவள்!

நான் அறிந்த தேவதைகளெல்லாம்
வானில் இருக்குமாம்,
இவளோ CNC ஓட்டிக்கொண்டிருந்தாள்!

பிரம்மன் ஓவியனாய் இருந்திருந்தால்
சிறந்த ஓவியமாய் இவள் இருப்பாள்!

பிடிபடாத ஆங்கிலம் கூட
பிடித்து போய் விட்டது
இவளது குரலில்...

(**வேலை சம்பந்தமாக சென்ற நேரத்தில் கண்ணில் தென்பட்ட தேவதைக்காக எழுதியது**)

அவள் எப்படி இருக்க வேண்டும்

அன்னை இன்றி தினம்தினம் அழுபவன் நான்!
இன்னொரு அன்னையாய் இருக்க தேவையில்லை,
விலகாமல் இருந்தாலே போதும்!

வண்ணங்களற்ற ஓவியம் நான்,
வண்ணங்கள் நிரப்ப அவசியமில்லை
கிழிக்காமல் இருந்தாலே போதும்!

மழைகளற்ற வறண்ட வனமாய் நான்,
மழையாய் தூவ அவசியமில்லை
தீயிட்டு கொழுத்தாமல் இருந்தாலே போதும்!

நீருக்காய் ஏங்கும் பறவை நான்
தண்ணீர் தர தேவையில்லை
கொன்றுவிடாமல் விட்டாலே போதும்!

மையில்லா பேனா நான்
மை நிரப்ப தேவையில்லை
குப்பையில் இடாமல் இருந்தாலே போதும்!

உலகின் முதல் காதல்

ராதை

அகிலத்தையே ஆள்பவனே,
எனை ஆட்கொள்ள மறந்தது ஏனோ?

இச்ஜெகத்தையே, ஜெயித்தவனே,
என் கண்ணீரை களைய மறுத்தது ஏனோ?

அத் திரௌபதிக்கு சேலை தந்தவனே,
என் காதலுக்கு கரத்தினை தராதது ஏனோ?

வெண்ணையை வேண்டுமளவு உண்பவனே,
உன்னை மட்டும் வேண்டியவளை
வேண்டாதது ஏனோ?

வரம் வேண்டியவரை மணந்தாயே,
உன் மனம் வேண்டியவளை மணக்கவில்லை ஏனோ?

என் நீல கண்ணனே
என் அழகு மன்னனே
என் அன்பு கள்வனே

இவ் ராதையின் இறுதி ராகமும்
உன் புல்லாங்குழல் ராகத்திற்கு
காத்திருக்கும்

கண்ணன்

அகிலத்தையே ஆள்பவன் தான்,
என் ராதா
என் அகத்தினை ஆள்வது நீயடி

இச்ஜெகத்தினையே ஜெயித்தவன் தான்,
என் ராதா
உன் கண்ணில் வழிவது என்நீரடி

அத் திரௌபதிக்கு சேலை தந்தவன் தான்,
என் ராதா
உன் கரத்தினை பற்றிடும் தொலைவில்
அன்று நானில்லையேடி

வெண்ணையை வேண்டி உண்டவன் தான்,
என் ராதா
உன்னையே இன்றும் என் மனம் வேண்டுதடி

வரம் வேண்டியவரை மணந்தவன் தான்,
என் ராதா
என் வரமே நீ தானடி

என் அன்பு கண்ணே
என் அழகு மானே
என் அற்புத பெண்ணே

இக் கண்ணனின்
இறுதி இசையிலும்
உன் இயல் ஒழிந்திருக்கும்...

முழுமுதற் காதல்

அச்சிவனே அவனெனினும்
அருந்திய ஆலகால விசத்தை - கரு
அருக்க அவனின் அப்பாதி ஆனவளே
அருகிலிருப்பாள்!

கந்தர்வதத்தை

வெண்மேகமே அழகென்று
ஏமாந்தவனுக்கு
புரிய வைத்தாள்!
கார்மேகந்தான் மழை பொழியும் என்று!

துப்பட்டா என்னும் அரக்கன்

சில சமயம் அவள் அனுமதித்தாலும்
அவள் துப்பட்டா அனுமதிப்பதில்லை

புதையல்களை பூதங்கள் தான் காவல் காக்கும்.
அவளுக்கு மட்டும் அந்த தொல்லை காக்கிறது.

கழுகென நான் காத்திருந்தாலும்
மேகமென மறைத்து கொள்கிறது

ஆறடி சேலை செய்யாததை
இரண்டடி துப்பட்டா செய்கிறது

முழுதையும் அவள் கழைந்தாலும்
துப்பட்டாவை சுழற்றி வந்திடுகிறாள்!
கருமம்! கருமம்!

வெவ்வேறு நிறங்களில் வெவ்வேறு வடிவங்களில்
என்னை வெறுப்பேற்றுகிறது

தோட்டா என துளைக்கும் என் கண்களையும்
அவள் துப்பட்டா தடுத்துவிடுகிறது.

காதலனாய் என் முதல் வேண்டுதல்
என் வீட்டிற்குள் அவள் துப்பட்டாவிற்கு தடை!!!!!

இன்னிசை அவளின் இடை

அளவு சிறிதாயினும்
அழகு அதிகமடி,
கிள்ளித்தான் ஈர்க்குதடி,
அள்ளி அழுத்திட தான்
என் நெஞ்சம் ஏங்குதடி,

உன் அரையடி இடைதான்
என் ஆறடியை இழுக்குதடி

ஆடி காற்றில்
உன் சேலை நகர,
ஆங்காங்கே தேங்கும் மடிப்பினிலே!
என் ஆணென்ற ஆணவம் தான் மடிந்ததடி

அச்சிறு குவளையில்
பம்பரம் தான் விட்டிடவா!
இல்லை,
தேநீர் இட்டு பருகிடவா!

சுடிதார் என்போர்
ஜீன்ஸ் என்போர்
கவுன் தான் என்றிடுவர்.......

சேலையில் தெரியும் இடையின்
அழகை ரசிக்க தெரியாதவர்.

நீ நான் கண்ணீர்

நீ, நீ மட்டும் தான்,
யாராலும் நீ, நீ ஆகிட முடியாது,
நீயே நீயாய் இருக்கவில்லை இப்போது,
அந்த நீயை தேடியே! அந்த நானில்லாத நான்,
அன்றைய நீ இன்றைய நீயாய் இருந்திருந்தால்,
இன்றைய நான் அன்றைய நானாய் இருந்திருக்கலாம்,
இந்த நீ! அந்த நீயாகவே இரு
அந்த நான்... இந்த நானாகவே இருந்துவிடுகிறேன்.

வேசி।

தைக்க தைக்க கிழித்து எறிகிறார்கள்,
கிழித்த அதற்கு காசும் தருகிறார்கள்,
அவளை அவளே தைத்து கொள்கிறாள், அக்காசில்

*****

அனைவருமே அவளை அணைக்கதான் வருகிறார்கள்,
எவருமே அரவணைப்பதில்லை

*****

கசக்கி எறிய எறிய
தினமும் பூக்கிறாள்,

அவள் பூப்பதே அவர்கள் கசக்கி
எறியத்தான் என்றாகிவிட்டது,
இப்போது

*****

வேசக்காரர்களை அருகில் அனுமதிப்பதால் தானோ?
அவள் வேசி ஆகிறாளோ?

*****

அவளிடம் சொர்க்கம் எது என்று கேட்டு பாருங்கள்!
தனிமையில் தூங்குவது என்றிடுவாள்.

*****

தினசரி இடுகாட்டில் ஈக்கள்
மொய்த்தபடி ஓர் பிணம்,
வேசியின் இரவு

*****

வேசி II

பேராசையைவிட
சில அத்தியாவசியமே,

சிலரை
வேசியாக்குகிறது
*****

இனி அனைவரும் யோக்கியவான்கள் தான்,
அவள்தான் மரணித்துவிட்டாளே?

யோக்கியவான்களிடம் கவனமாய் இருங்கள்,

அவர்கள்
அடுத்த அவளை தேடுகிறார்கள்
*****

கற்பழிப்பு

தந்தையின் அணைப்பே அருவருப்பாக தெரிகிறது,
கற்பழிக்கபட்ட சிறுமிக்கு!

புரிந்திராத ஒரு தலைக்காதல்

தூக்கமில்லா இராத்திரிகளில்
நிலாக்களுடன் சண்டையிடுகிறது என் மனம்

பகலிலே அவன் மட்டும் தனித்தொளிர,
இரவில் நீ எவனுக்கு விளக்கு பிடிக்கிறாய்

ஒன்று நீ அவனுக்கு துணையாய் பகலிலே ஒளிரலாம்,
இல்லை இரவில்..
அவனுக்கு இனிமையாய் அவனருகிலே உறங்கலாம்;
எத்தனை திமிர்தான் உனக்கு...

பகலில்
நீ ஒளிர்வதை அவன் தடுக்கிறான் என்பதல்ல காதல்,
உனக்கும் சேர்த்து அவன் ஒளிர்கிறான் என்பதே காதல்.

காதலில் சபலம்

இரவில் உடை அணியாதே!
கார்மேகத்தில் நிலா புகுந்தால் நன்றாய் இருக்குமா!
....
ஒவ்வொரு சண்டையிலும்!
நானே தோற்கிறேன்,
என்னை முழுவதும் விழுங்கி
கொள்கிறாய் நீ
....
உன்னை முதலில்
சினுங்க வைத்து
நடுவில் முனங்க வைத்து
முடிவில் தூங்க வைத்துவிடுகிறேன்
....
தொடுகையில் தள்ளி விட்டு,
பயணிக்கையில் அணைத்துகொள்வாள்.
புரியாத புதிர் அவள்
....
அவளின் வேண்டாம் என்ற வார்த்தையில்
ஆரம்பிக்கிறது!
நான் வேண்டும் அனைத்தும்
....
எந்த உடை நன்றாய் இருக்கிறது என்கின்றாள்.
மேகம் மறைக்காத வானத்தை
அண்ணாந்து பார்த்து வழிகிறேன் நான்
....
நீ மயங்கி முனங்கும் தருணத்தில் தான்
நான் மயக்கம் தெளிகிறேன்
....
சரி என்று ஆரம்பித்து
ஆனால் என நீ முடிக்கும்

அத்தனை தருணமும்
அழகிய குழந்தையாய் தெரிகிறாய்
....

வெள்ளை சிகரெட்

இறந்த பின் அவனுக்கு சிதையூட்ட
இன்றே தீ மூட்டி பழகிக்கொள்கிறது!

விரலுக்கிடையில் வெள்ளை சிகரெட்

குப்பை

நீ குப்பை கொட்டிடும்
இடங்களிளெல்லாம்,
நான் காதல் பொக்கிசங்களை
பொறுக்குகிறேன்.

உனது இமை

நிலவை மறைக்க முயன்று தோற்றுக்கொண்டே
இருகின்றன...

தூரத்தில் அந்த மேகமும்
பக்கத்தில் உனது இமைகளும்

வாழ்க்கை என்னும் வகுப்பு

வாழ்க்கை என்பது,
நாம் வாழ்க்கையெனும் வகுப்பில்
படித்திடும் பாடம்!

புத்தகத்தில் அதீத இயல் உண்டு,
சந்தோசம்!
துக்கம்!
அதி சந்தோசம்!
அதி துக்கம்!
சிறு சந்தோசம்!
சிறு துக்கம்!

சந்தோசம் எளிதான பாடமாயிருக்கலாம்,
ஆனால்
துக்கமே நம் பரிட்சைக்கான பாடம்!
ஆங்காங்கே
துரோகமும்
ஏமாற்றமும்
புத்தகத்தின் வெளியிலிருந்து கேட்கப்படலாம்.

ஒவ்வொரு பக்கத்திற்கும்
ஒரு பரிட்சை நடந்திடும்!
அதில் மொத்த பாடமும்
கலந்தே வந்திடும்!
சந்தோசத்தை எத்தனை எளிதாய் நீ
எழுதினாயோ!
அதைவிட எளிதாய் துக்கத்தை எழுதிட படித்திட வேண்டும்!
ஏமாற்றத்தையும் துரோகத்தையும் தாங்கிட வேண்டும்!

வாழ்க்கையெனும் நாடக மேடையில்
இவருக்கு பதில் இவரென்ற முறையில்லை!

விடுப்பெடுக்க நினைத்திடாதே!
நீயே விடுபட்டிடுவாய் இங்கிருந்து!

பணம் பத்தும் செய்யும்

நீ பார்த்திராமல்
பயந்து ஒழிந்து ஒழிந்து
உன்னை பார்த்த
உன் வீட்டு சன்னல்கள்

வேதியியல் அறியா வயதில், உன்
வேதியியல் புத்தகத்தில், நான்
எழுதிய காதல் கடிதம்

கடிதங்கள் கரை சேரா,
காதல் நமை சேரா,
கனவுகளே எனை சேர்ந்தது.
அந்த ஒன்பதாம் வகுப்பில்

ஒரு தலையாய் மலர்ந்த என் காதலை
இரு தலையாய் மெருகேற்றியது
உனது பிறந்தநாள் ஆசை மிட்டாய்!

உனக்காய் நானும் எனக்காய் நீயும்
எழுதிய வீட்டு கணக்குகள்,
(Home work)
செல்போன் டவர்கள் இல்லா! நம்
வானத்தில் வாட்ஸ் அப்பாய்
வந்து போனது!

வட்ட நிலவை, வட்ட மிட்டு
வளர்ந்த நம் காதல் வரிசையாய்
ஐந்து வருடங்கள் கடந்தது

விஜய் நவீன்

காதல்கள் நிரம்பிய கடிதங்களில்
ஒன்று உன் தந்தைக்கு காண்பித்தது
நம் காதலை!
ஏன் காதலித்தாய் என
என்னை ஜீசசும்
உன்னை சிவனும்
கேட்கவில்லை தானே!
பிறகென்ன!!! நம் ஊரார்க்கு

பொறியியல் படிப்பில்
M3 ல் இ கிரேட் பெறவே
படாத பாடு பட்டவள்!

அவளுக்கானா பெறுநர் பெயரையே
மாற்றுவாள் என்பது
நான் அறிந்திருக்காத ஒன்று!!!!!

கண்கள் காதல் செய்யும்
பணம் பத்தும் செய்யும்
அவள் நிச்சயதார்த்தத்தில் புரிந்தது!!!!!

சபலக்காரன்

குனிந்து பெருக்குகிறாள்!
வீடு சுத்தமாகிறது!

நான் குப்பை ஆகிறேன்...

*****

கசாப்புகடை ஆடுகளின் நிலைதான்,

இரவில் அவள் ஆடைகளுக்கும்

*****

அழகி

அவள் என்றால்
அழகு என்று அர்த்தம்

அவள் என்று அவளை
அழைக்கும் போது மட்டும்!

இதயத்தை கடத்துபவள்

திருவிழாக்களில் குழந்தை கடத்துபவர்களின்
புகைப்படத்தை ஒட்டுவதை போல!

இவள் படத்தையும் ஒட்டுங்களேன்,
இதயத்தை கடத்துபவள் என்று

அழகு கொள்ளை

நகைக் கொள்ளை போன்றே!
அழகு கொள்ளை ஒரு குற்றமெனில்
முதலில் கைது செய்யப்படுவது நீ

பிரபஞ்சம்

காதல் ஒரு அதிசய பிரபஞ்சம்!
இங்குதான் சூரியன் நிலாவின்
பின்னால் சுற்றுகிறது!

ஐஸ்கிரீம் ।

உருகாத அழகுகள் கொட்டி கிடக்கும்
ஐஸ்கிரிம் சிலை அவள்
....
ஒருவேளை பிரம்மன்
இவளை பார்த்துதான்
ஐஸ்கிரீம்களை செய்திருப்பானோ!
....
பூமி வெப்பமாவதே
அவள் ஐஸ்கிரீம் உண்பதால்தான்
....
பூக்கடையில்
பூக்கள் கேட்கிறாய்
நீயும் பூதானே?
....

ஐஸ்கிரீம் II

தேன் சிந்தும் பூக்கள்
மத்தியில்
ஐஸ்கிரீம் சிந்தும் பூ
அவள் உதடு!

....

நீ உண்ணும் வெண்ணிலா
ஐஸ்கிரீம் தான்

பின்னாளில்
வெள்ளை நிலா ஆகிபோனது!

....

தேன் குடிக்க செல்லும்
தேனிகளுக்கெல்லாம்
பொறாமை

நீ உண்ணும் ஐஸ்கிரீம் மேல்!

இந்நேரம் நீ என்னோடு இருந்திருந்தால்

நீ மட்டும் இந்நேரம் என்னோடு இருந்திருந்தால்
என் வானில் இரண்டு நிலா உதித்திருக்கும்.

எனது சன்னல்கள்
அந்த எதிர்வீட்டையே எதிர்நோக்கி இருக்கும்.

எனது கற்பனைகள்
உன் கண்களையே நாடி இருக்கும்.

எனது வானவில்
உ ந்தன் நிறங்களால் நிரம்பி வழிந்திருக்குய்.

எனது முத்த கணக்குகள்
உன்னால் கூடியிருக்கும்.

நான் விடும் சுவாசகாற்று
உன்னையே தேடி வந்திருக்கும்.

என் நினைவுகள்
அந்த தேன்மிட்டாய்களை நினைத்திருக்கும்.

உன் நெற்றியில்
எனது குங்குமம் பதிந்திருக்கும்.

எனக்கும் உனக்குமாய்
ஓர் அனிச்சமலர் பிறந்திருப்பாள்.

பெண் அவள்

அவள் மனம்!
உங்களின் மானமல்ல!
இருட்டறையில் பூட்டிட,

அவள் மனம்!
அழகிய பூவாய் இருந்திருக்கலாம்!
வீட்டினை சுற்றி வாசம் வீசிட,

அவள் மனம்!
பருந்தாய் இருந்திருக்கலாம்!
உயர உயர பறந்திட,

அவள் உண்மையில் கனியல்ல!
யவரேனும் பறித்திட,

அவள் தேவதையும் அல்ல!
பொத்தி பாதுகாத்திட,

அவள் புதையலும் அல்ல!
நாம் கொள்ளை அடித்திட,

அவள் தங்க சிலையும் அல்ல!
நீங்கள் கடத்திட,

இப்பால் வீதியில் உலா வந்திடும்!
சாதாரண பெண் அவள்,
உங்கள் பண்பாட்டை பெண்பாடு ஆக்காதீர்

நீர் எவரும் ஆண்களையே நம்பாதீர்,
கடவுளையும் சேர்த்துதான்

நீ இந்துவாய் இருந்தால் கணவனுக்கு பின் அபச
குணமாவாய்!
நீ கிருஷ்துவானால் கடைசிவரை ஏவாளாய்
பழிக்கப்படுவாய்!
நீ முஸ்லிமென்றால் கருப்பங்கிக்குள் கரிந்துபோவாய்!

கடிகாரம் ஏன் சுழல்கிறது?
கற்பழிப்பு கவிதை

இருக்கும் எல்லா கடிகாரத்தையும் உடைக்கும் பித்தனிடம்!
ஏன்? என்றேன்.
அதற்கு அவனோ!

கடிகாரமேன் சுழல்கிறது!
ஒவ்வொரு ஐந்து நிமிடமும் ஓர் பெண்
கற்பழிக்கப்படுகிறாள்!

கடிகாரமேன் சுழல்கிறது!
ஒவ்வொரு பத்து நிமிடத்திற்கும் ஓர் பெண்
வன்புணரப்படுகிறாள்!

கடிகாரமேன் சுழல்கிறது!
ஒவ்வொரு பதினைந்து நிமிடத்திற்கும் ஓர் பெண் சிசு
கலைக்கப்படுகிறாள்!

கடிகாரமேன் சுழல்கிறது!
ஒவ்வொரு இருபது நிமிடத்திற்கும் ஓர் பெண்ணின் மேல்
அமிலம் தெளிக்கப்படுகிறது!

கடிகாரமேன் சுழல்கிறது!
ஒவ்வொரு இருபத்தைந்து நிமிடத்திற்கும் ஓர் பெண்
மானபங்கப் படுத்தபடுகிறாள்!

கடிகாரமேன் சுழல்கிறது!
ஒவ்வொரு நாளுக்கும் ஓர் சிறுமி பாலியலில்
கடத்தப்படுகிறாள்!

இது சுழல்வதாலேயே,
ஒருவள் சீரழிக்கப்படுகிறாள்
என்றான்!

அதெப்படியென ஆழ்ந்து யோசித்தேன் புரிந்தது!
நாம் எப்படி,
கற்பழிப்பிற்கு உடுத்திய உடை காரணம் என்கின்றோமோ!
அதுபோல்தான் அந்த பித்தனும்

காதலெனும் கடவுள்

எக்கடவுளுக்கும் என்னை பிடிப்பதில்லை!
ஏனென்றால்
என்னை பிடிக்காதவர்களே இல்லை!

எல்லா கடவுள்களையும் ஆராதிக்கிறார்கள்!
ஆனால்
என்னை மட்டுமே பக்தர்கள் ஆதரிக்கிறார்கள்!

என்னுள் வேறுபாடில்லை,
என்னால் எவரும் வேறுபடுத்தப்படுவதில்லை!

தூணிலும் உண்டு,
துரும்பிலும் உண்டு,
நான் எங்கும் உண்டு,
எதிலும் உண்டு,

என்னை ஆராதிக்க புன்னியம் செய்யவேண்டியதில்லை!
கொஞ்சோன்டு உலகை கண் திறந்து ரசி போதும்!

ரசிகனாய் இரு!
என்றும் உன்னை அருள்வேன்!

என்னை வெடிகுண்டோ, துப்பாக்கியோ காப்பதில்லை!

கோவில் இடிக்கவும், கட்டவும் எனக்கு அவசியமில்லை!

பிரிவேதுமின்றி அனைத்தையும் ரசி!
உன் பிறவி பலனை நான் தருவேன்!

காதல் செய்திடுவோம்

காதலில், காதல் அழகு
காதலில் காமத்தின் கண்பட்டால்
காதலில், காதல் காணாமல் கரைகிறது!

காதலில், காதலை காதலி
காதல் கண்ணியத்தால் கட்டப்படுகிறது!
காமம், காலம் கடந்தால் காணாமல் கரைந்திடும்!

காதலை காமம் கலைத்திடும்!
காதல் கண்ணியத்தால் கடத்தப்படவேண்டும்!
காதலால் காமத்தை கடந்தால்
காலமுழுவதும் காதல் கைசேர்ந்திடும்.

காமம் கலந்த காதல்,

முதலில் அரலிப்பூவாய் அலங்கரிக்கப்பட்டு,
கடைசியில் அரலிகாயாய் காதலை கொன்று,
செய்தது காதல் தானா?

காதலையே சந்தேகப்படுத்திடும்!
ஆதலால் காதல் செய்திடுவோம்!

கள்ளி பால்

இன்னொரு கடவுளை,
காண்பிப்பதாக, கடவுள்!
இருள் குமிழில் தாழிட்டான்.

சுற்றிலும் இருட்டு,
ஆனால் சிறு சிறு கதகதப்பு!

அவள் உண்டாள்,
என் பசி தீர்ந்தது!

அவள் புரண்டால்,
நானும் புரள்கிறேன்!

அவள் கேட்டால்,
எனக்கும் கேட்கிறது!

துள்ளி உதைத்தால்,
அவள் சிரிக்கிறாள்!

ஆர்வத்தில்,
கடவுளை காண,
குமிழியை கிழித்து,
கடைசியில் கண்டேன்!
சோர்வாய் என்னருகில் படுத்திருந்தாள்.
கடவுள் என நான் அழைக்க,
அம்மாமாமா என எனக்கும் கேட்டது.

வேண்டாமென கடவுள் முடியாமல் கதற,
"பொம்பள புள்ளை" நமக்கெதுக்கு என்ற குரல்,
இரு சொட்டு பால்,
பயங்கரமாக கசந்தது!

மீண்டும் பழைய கடவுளின் மடியில்

கண்ணியம்

காலையில்
கார்மேக தூரலில்
கருப்பு குடையில்
அழகு ஏற, இடை இறங்க!
இடது வலம் ஒன்றோடொன்று ஆடிட,
அழகாய் அவள் நடந்தாள்!

நனைந்ததில் தெரிந்தது!

அவள் அழகு மட்டுமல்ல
அடுத்தவனின் பெண்ணை ரசிக்கும்
என் ஆண்மையின் கண்ணியமும் தான்.

டோரா ♥ குள்ளநரி।

குள்ள நரி திருட கூடாது
என்கின்றது, மழலைகள்

அவர்களுக்கு என்ன தெரியும்
அவன் இதயத்தை திருடியது
டோரா என்று
....
எங்க நாம போறோம்,
என்கின்றாள் மேப்பிடம்! டோரா

அவள் வர போவது தன்
இதயத்திடம், என மேப்பை
மாற்ற போகிறது குள்ளநரி
....
வண்ண வண்ண நட்சத்திரத்தை
துரத்தி பயணப்படுகிறாள் டோரா!

சின்னஞ்சிறு காதலியை துரத்தி பயணிக்கிறது
குள்ளநரி

டோரா ♥ குள்ளநரி !!

எங்கே மேப் எங்கே புஜ்ஜி
என தேடுகின்றாள் டோரா

தன்னை ஒரு கணமாவது அவள்
நினைக்க மாட்டாளா? என்ற ஏக்கத்தில்
குள்ளநரி
....
முடியாமல் தூக்குகிறாள் அவள்
பேக்கை,
அறிந்ததால் அருகில் வருகிறது
குள்ளநரி,
இது அறியாமல் அலறுது
மழலைகள்
குள்ளநரி குள்ளநரி குள்ளநரி என்று!
....

டோலக்பூரின் காதல் கவிதை

சோட்டா பீம் லட்டு பிரியன்
என்கின்றது மழலைகள்,

உண்மையில் அவன் ஒரு
சுட்கி பிரியன்.

....

டோலக்பூரை காதல்பூராக்க,
பார்கிறான் பீம்.

....

எல்லாருக்கும் சர்கரை லட்டு செய்ய,
பீமுக்கு மட்டும் காதல் லட்டு செய்கிறாள் சுட்கி.

....

லட்டு வாங்க பார்ப்பவர்களின் மத்தியில்,
பீம் மட்டும் சுட்கி வாங்க பார்கிறான்.

....

எது உனக்கு பிடித்த லட்டு என்கிறாள்,
சுட்கி

அவள் கண்ணையே அசையாமல் பார்கிறான் பீம்.

....

தோல்வியில் தான் வெற்றியின் பயணம் தொடங்குகிறது!

குழந்தையில் விழுவதற்கு நீ பயந்திருந்தால் நடந்திருக்க மாட்டாய்!

என் கவிதையை படித்த அனைத்து வாசகர்களுக்கும் நன்றி

காதல் என்றும் காலத்தால் அழியாது!
அப்படி ஒரு அழியாத இருவரின் நினைவில் மட்டும் வாழ்ந்திடும் காதல் கதை!!!!!!!!

இங்கே!

மருத நிலத்தவள்

இரவின் முதல் சாம நேரத்தில் ஆங்காங்கே இருந்த நான்கு மணி பூக்களெல்லாம் பல்லிழித்து கொண்டிருக்க, சுற்றிலும் அதன் வாசனையை பரப்ப எத்தனித்த அந்த பன்னீர் பூக்கள் நடைபாதையின் ஓரத்தில் பன்னீர் மரம் ஒன்றிருப்பதையும் நினைவுபடுத்தியது.

அந்த பன்னீர் மரத்தின் ஓரத்தில் இருந்து வலப்புறத்தில் நாம் கண்டோமேயானால்,

முதலில் பாதி வளர்ந்த பனை ஒன்றின் அருகே தென்னை ஓலையால் ஓயப்பட்ட வீடொன்று இருந்திருக்கும், சுற்றிலும் மாட்டு சாணத்தால் மொழுகப்பட்டிருந்த வீடு அது!!!!!

அந்த வீட்டை ஒட்டி இடது புறத்தில் ஒரு நாரத்தை மரமும் அதில் மைனா கூடொன்றும் அங்கே மைனா குஞ்சிகளும் தாயின் வருகைக்காய் காத்திருந்தது.

அம்மரத்தின் ஓரத்தில் அமர்ந்து, பருவ பெண் ஒருவள் தென்னை ஓலையில் இருந்து தென்னங்கீற்றை கிழித்து ஈக்குகளை பிரித்து எடுத்துக்கொண்டிருந்தாள். வீட்டை பெருக்க விளக்கமாற்றை செய்கிறாளோ? என்னவோ?

ஒவ்வொரு தென்னை குச்சிகளைகளையும் பிரித்தெடுத்தவள், "அம்மோவ் அம்மோவ்" என்றாள்

என்னடி மா!

ஒரே கொசு கடியா இருக்குது,
தென்னம் பாளையை கொழுத்தி வை மா!!!!!!!!!
கொசுவெல்லாம் ஓடட்டும்

தன் மகளின் கட்டளைக்கு அடிபணிந்தவாரே, வீட்டின் ஓரத்தில் இருந்த தென்னம் பாளை இரண்டை எடுத்து கொழுத்தியவள், அதில் வெப்பம் சற்று கொழுந்து விட்டதும் வேம்பு எண்ணெயை அதில் விட்டு, பச்சை வேப்ப இலையை அந்த தீயின் மீது போட்டாள்.

வேப்பெண்ணை வேப்பெண்ணைதான் மா!!!!!

ஒரு கொசுக்கூட கடிக்கவில்லை என்ற தனது மகளை நோக்கி, அன்னக்கிளி மெல்லிய புன்னகை பூத்தாள்.

சரியாக தனது மகளை கண்டு அவள் புன்னகைத்து திரும்புகையில், ஒரு கையில் ஐந்து நுங்குகளையும் மறுக்கையில் பனையோலையில் செய்த சிறிய பெட்டியையும், இடுப்பில் முனை பகுதி மட்டும் வளைந்த வெட்டருவாளையும், தனது தோளில் வட்டவடிவமான பனை மட்டையில் இருந்து பிரித்தெடுத்த கையிற்றையும் வைத்திருந்த அவன்,

அன்னக்கிளியை கண்டு,
ம்மாவ்.....
ம்மாவ்.....
பசிக்குது.....
சாப்பிட என்ன இருக்கு....
என்றான்.

கால், கை கழுவிட்டு வா டா!!!!!!!!!!!!
சாப்பிடலாம்

விஜய் நவீன்

அவன் எடுத்து வந்த அனைத்தையும் வீட்டு தின்னையில் வைத்து கை, கால்களை கழுவிக்கொண்டிருக்க........! அவனது மூக்கிற்கு பனம் பழத்தை சுடும் வாசம் வந்தது...........

இரவிற்கு பனம் பழம் தான் போலும் என நினைத்த அவன், கையில் இருந்த கொஞ்சமான தண்ணியை; நாரத்தை மரத்தின் ஓரமாய் அமர்ந்து ஈக்குகளை பிரித்திருந்த தன் தங்கையின் மீது எரிந்தான்

வேலையில் மும்மரமாக இருந்த அம்சவள்ளி, ஓரக்கண்ணால் தன் அண்ணனைக் கண்டு விளையாடதீங்க அண்ணா!!!!! என கெஞ்சுவதை போல் சிரித்தாள்.

அம்சவள்ளியும், இன்று சேகரித்த ஈக்குகளை எல்லாம் அந்த மரத்தின் அருகிலேயே வைத்தவள்

வீட்டினுள் சென்று தானும், அவளது தமயனும் உண்ணுவதற்காய் பனம் பழங்களை செம்பிலான இரண்டு தட்டில் வைத்து எடுத்து வந்திருந்தாள்

அவளது அன்னை சிம்னி விளக்கை, ஏற்றியதும் அந்த பனை ஓலையால் நெய்யப்பட்டு மாட்டு சாணத்தால் மொழுவப்பட்ட, முழு வீடுமே தங்க அறையாய் ஜொலித்தது

ஆனால் அறையின் உள்ளே அமர்ந்து உண்ண அவனுக்கு தோன்றுவதாய் இல்லை

சிம்னி விளக்கை அணைத்து தங்கையை வெளியே அழைத்து வந்து நிலா வெளிச்சத்தில் உண்ண ஆரம்பிக்க, நீயும் சாப்பிடு மா என்றான்!

அப்பா, வந்திரட்டும் சேர்ந்து சாப்பிடுகிறேன்........! என்று எங்கேயோ பார்த்தவள்........!

திடீரென நினைவுக்கு வந்தவளாய்,
தம்பி நாளைக்கு காத்தாலயே!
மரமேதும் ஏற போகாத.........
உனக்கு பொண்ணு பார்க்க போறோம் பா!
சரியா என்று சலனமேதும் இல்லாமல் உட்கார்ந்தாள்

ஏன்? என கேட்க வாயெடுத்தவனுக்கு அவள் கூறியதை கேட்டதும் ஒருவித உள்ள கூச்சத்தில் அடி மனதில் சிரித்தவனின் வெளிப்பாடாய் அவனது உதட்டின் ஓரமாய் சிறிது புன்னகை வெளிவந்தது!

அதைக்கண்ட அம்சவள்ளி, குறும்பாய் அருகில் சம்மனமிட்டு அமர்ந்திருந்த அண்ணனை தனது மூட்டால் அவனது மூட்டை இடித்தாள்

அதுவரை, நாளை நடப்பதை மனதில் இன்றே கண்டவன், தங்கையின் புறம் திரும்பி அவளை பார்த்தான்.

அவள் தனது இரண்டு புருவத்தையும் துருத்தி அவனை கேலியாக பார்த்தாள்.

உண்டதும், எப்போதும் வீட்டினுள்ளே படுப்பவனுக்கோ, இன்று ஏதோ நிலா வெளிச்சத்தில் தூங்க வேண்டுமென்று தோன்றியது.

கோரப்பாயை தரையில் விரித்து நிலவை பார்த்தப்படி படுத்தவன்,

அம்மா கிட்ட அந்த பெண்ணோட பெயர் என்னனு கேக்கலாம வேணாமா?
என சிந்தித்து வீட்டின் ஓரத்தில் இருந்த பனையை கண்டவன்...........!

விஜய் நவீன்

அவள் இதை போன்று ஒல்லியாய் இருப்பாளோ!

என கண்ணை சுழலவிட்டவனுக்கு வலது புறத்தில் இருந்த வேப்ப மரம் கண்ணில் பட, இதை போல சற்று தடிமனாய் இருக்க வாய்ப்பு உண்டோ? இல்லை

இந்த நாரத்தையை போல் கண்டிப்பாய் இருப்பாளோ? என மனதிற்குள் அவளை அச்சிபிரதி செய்துக்
கொண்டிருந்தவன்,
பெருமூச்சி விட்டதால் என்னவோ;

கொசுவை விரட்ட எரிக்கப்பட்ட வேப்பெண்ணை வாசம் அவனது மூக்கை துளைக்க, தலைக்கு வேப்பெண்ணையை தேய்த்து பழகியவளாய் இருந்தால் என்ன செய்ய?
என மேலே பார்த்தவனுக்கு

அந்த நிலா அழகியும் அவளது தோழி வெள்ளியும் அவர்களை பட்டும் படாமலும் பார்க்க ஆங்காங்கே முளைத்த நட்சத்திரங்களும் அவனது கண்ணில் பட்டன

நிலா போன்று பிரகாசிப்பவளோ?
அல்ல என்று நினைத்தவனின் மேல் எங்கிருந்தோ ஓர் துளி மழை விழுந்திட!!!!!
கார்மேகமாய் கருத்திருப்பாளோ?
என தூக்கத்தில் கண்ணை மூட எத்தனித்தவனுக்கு இறுதியாய் அந்த ஓரமாய் இருந்த மரத்தில் தொங்கிய மாம்பழம் கண்ணில் பட்டது.

ஒருவேளை தங்க நிறத்தவளோ? என நினைத்த படியே தூங்கி விட்டான்.

இரவில் விழித்தபடி, அவனவளை அவன் அதிகமாய் நினைத்ததால் சற்று அதிகமாய் தூங்கியவனை,

ஊரின் ஓரத்தில் இருந்த அந்த குளத்திற்கு அதி காலையே சென்று குளித்துவிட்டு வந்த அவனது தாயாரும் தங்கையும் எழுப்பினர்.

பெண் பார்க்க போறோனு சொன்னதும் இராத்திரி தூங்கலியோ அண்ணா என கேலியாக அவனை கண்டு அம்சவள்ளி கேட்க, ஒரு சிறிய புன்னகையை மட்டும் உதிர்த்தவன்

வேகவேகமாக குளத்திற்கு குளிக்க செல்ல, அவனது தாயார் தடுத்து அங்கு சென்றால் தாமதம் ஆகிடும், இதோ இந்த கிணற்றில் குளித்துவிட்டு வாடா என்றாள்

அவனும் குளிக்க செல்ல, அம்சவள்ளி அண்ணனிடம் கையில் கரியை நீட்டி பல்லை விளக்குமாறு காண்பித்தாள்.

அவன் வேண்டாமென சைகை செய்தவாறு வேப்ப மரத்தில் இருந்து ஒரு குச்சியை பறித்துக்கொண்டு குளிக்க சென்றான்.

அவன் குளித்து கிளம்பியதும், அவனுக்காக அவனது தந்தையும், தாயாரும் தங்கையும் மாட்டு வண்டியில் காத்திருக்க, இவனும் சென்று ஏறினான்

மாட்டு வண்டியை சுசீந்திரம் கோவில் செல்லும் பாதை வழியாக அவன் தந்தை ஓட்டிட, பாதையின் இரு புறத்திலும் வயல்களும், ஆங்காங்கே அமைக்கப்பட்ட மணல் திட்டுகளில் அமர்ந்து ஓய்வெடுக்க அமைக்கப்பட்ட ஆல மரமும் இருந்தது

அவ்வாறு அமைக்கப்பட்டிருந்த ஒரு ஆலமரத்தின் மேலே ஓர் வானவில் ஆண் கிளி தன் ஜோடி இணையை ஈர்க்க முயற்சிப்பதை கண்ட அம்சவள்ளி, உற்சாகமாகி தனது அன்னையிடம் சொன்னாள்.

அதன் வாயிலாக அந்த கிளியை பார்த்த அவனுக்கு இக்கிளி போன்று அத்தனை நிற குவியலாக இருப்பாளோ என்றும் தோன்றியது.

அரை நாழிகை கணத்தில் பழைய ஆற்றினை அவர்கள் நெருங்கிட,
எத்திசை செல்ல வேண்டும் என்ற குழப்பத்தில் கண்ணை சுழல விட்டோர்க்கு

வலது புறத்தில் அதீத அகலமான பழையாறும் இன்னொரு புறத்தில் வயல்களும் தென்பட, எத்திசை செல்ல என குழம்பியோரின் மாட்டு வண்டியை மரித்தார் போன்று மேய்ப்பு மாடுகள் நின்றன.

சிறிது நேரத்தில் விலகிடும் என நினைத்தவர்களை ஏமாற்றும் விதம், ஆற்றோரமாய் நின்றிருந்த புற்களை மேய்ந்த மாடுகளை, தனது வண்டியில் இருந்த ஒரு குச்சியை எடுத்துக்கொண்டு நமது கதாநாயகன் விரட்ட கீழிறங்க, அந்த மாடுகள் தனக்கென்ன என்றபடி மேய்ந்து கொண்டிருந்தது.

முதலில் தனது கைகளாலும் உயர்த்திய குரலாலும்

ம்ரு ம்ரு ம்ரு ஓடு ஓடு ஓடு மாடே

த்ரு த்ரு த்ரு ஓடே ஓடே ஓடே என கத்தியும்

நகராத மாடுகளை அடுத்து குச்சிகளால் தாக்க முயல, அங்கிருந்த மரத்தடியின் ஓரத்தில் இதுவரை அமர்ந்து அங்கு நடந்ததை வேடிக்கை பார்த்த அவள்

இந்தாருப்பா! என்றாள்!

அவள் குரல் வந்த திசைக்கு அவனும் அந்த மாட்டு வண்டியில் வந்தோரும் திரும்பினர்.

அவனை நோக்கி நடந்து வந்தவள், மாட்டுக்கு தமிழ் தெரியாது பா, நீங்க பேசுறது ஏதும் புரியாது என்றாள். அவளுக்கே உரித்தான தெனாவெட்டில்

உன் மாட்டுக்கு எழுத படிக்க தெரியாது என்று உன்னை பார்த்ததுமே? புரியும் அதான் கம்பையும் எடுத்துட்டு வந்தேன் என்று கம்பை அவளிடம் காண்பிக்க, அவள் பதிலுக்கு உன்னிடம் ஒரு கம்புதான் என் மாடு எல்லாத்துக்கும் இரண்டு கொம்பு இருக்கு பார்த்துக்கோ, என்று கலகலவென சிரித்தாள்.

இவர்களின் பேச்சை இடமறித்த நமது கதாநாயகனின் தந்தை, அம்மா இந்த மாட்டை கொஞ்சம் ஓட்டு மா!!!!!!!!!!!! அவசர வேலையாக போகிறோம் என்றார்

அவளும் வேண்டா வெறுப்பாய் மாட்டினை ஓட்டிட, முடிந்ததும்...........
அம்மா, தண்ணிகரைக்கு போகிற வழியையும் அப்படியே சொல்கிறாய? என்றார் மீண்டும் அவளிடம்

முதலில் கையை வலது புறத்தில் நீட்டி ஏதோ கூற வந்தவள், அப்படியே நேராக நீட்டி இந்த பழையாற்றை பின்தொடர்ந்து சென்றாலே வந்திடும் என்றாள்

ரொம்ப நன்றி மா, என ஏதோ நன்றி உணர்ச்சியில் பெயர் என்ன? என்ற நமது கதாநாயகனின் தந்தையை சற்று அதீத தெனாவெட்டாய் கண்டவள்

தெரியாதவர்களிடம் பெயர் சொல்வதில்லை என்று கலகலவென சிரித்தாள்

அவளையே வைத்த கண்ணு வாங்காமல் பார்த்த கதாநாயகன் இத்தனை திமிரோடும் அவள் இருப்பாளோ? என்றும் தோன்றியது அவனுக்கு

நான்கு நாழிகை நேரத்திற்கு மாட்டு வண்டியை ஓட்டியவர், தண்ணிகரை இரண்டு மைல்தான் என்று சொன்ன, அந்த தரகரை மனதில் திட்டிய படி பயணித்து இறுதியில் தண்ணிகரையை அடைந்தனர்.

ஊரை அடைவதுதான் கடினம் அடைந்ததும் ஊராரிடம் விசாரித்து நமது கதாநாயகியின் வீட்டை அடைந்தனர்.

அவர்களுக்காக தரகரும்

அந்த பெண் வீட்டாரும் காவல் நிற்க,
அவர்களை வீட்டின் கொல்லை புறத்திற்கு கூட்டி சென்று கை கால்களை கழுவ வைத்து மரியாதையாய் அழைத்து வந்து கதாநாயகியின் அம்மா வீட்டினுள் அமர வைத்தாள்.

சற்று ஆசுவாசப்படுத்திக்கொண்டு பெண் எங்கே என அன்னகிளி, கேட்டாள்.

அதற்கு என் பாட்டியின் தந்தை அதாவது இக்கதையின் கதாநாயகியின் தந்தை, தரகர் எங்களிடம் தாமதமாகவே நீங்கள் வருவதை சொன்னார். அதற்குள் என் மகள் மாடு மேய்க்க கிளம்பி விட்டாள் என்றார்

தரகரின் மேல் தவறு என்பதை சுட்டி காட்டுவதற்குள் அவர் இடமறித்து, ஏன் நீங்கள் இத்தனை தாமதம் வருவதற்கு என்றார்.

அதற்கு கதாநாயகன், அட போங்க! தரகரே நீங்கள் இரண்டு மைல் தொலைவுதான் சொன்னீங்க! ஆனால் எங்க ஊரிலிருந்து இங்க வருவதற்கு பத்து மைல் தூரம் இருக்கும் போலயே......! என்றான்.

அதற்கு நமது கதாநாயகியின் தந்தை, நீங்க பழையாற்றில் இருந்து நேராய் வந்திங்களா? என்றார்

ஆமா!

தப்பு பண்ணிட்டீங்க, பழையாற்றின் குறுக்கே இருந்த மரபாலத்தில் இருந்து நடந்து வர தூரம்தான் என்றார்

கதாநாயகனின் மொத்த குடும்பமும் நெடுந்தூரம் பயணிக்க வைத்த பெண்ணை ஒரு கணம் நினைவில் கொள்ள,

ம்ம்ம்ம்மாவ் என்ற குரல்

வீட்டிலிருந்த அனைவரும் வாசலை நோக்க தவறாக வழி சொன்ன அவள் நின்றிருந்தாள்.

இவள் இங்கே எதற்கு என சிந்தித்த அவர்களிடம் தரகர், நீங்கள் பார்க்க வந்த பெண் இவள் தான் என்றார்.

விஜய் நவீன்

வாசலில் நின்ற அவள் மீது அடித்த வெயிலால், வியர்வை துளிகள் உச்சியில் பூத்து தலையில் அவள் தேய்த்த தேங்காய் எண்ணெய் உடன் போட்டியிட்டு முகத்தில் ஓடியது.

அவளின் உடை மறைத்ததை தவிர வெளியில் தெரிந்த இடமெல்லாம் வெயில் பட்டு பட்டு கருத்திருந்தது.

பருத்தியில் நெய்த பழைய ஆடையில்,
ஒரு கையில் மாடு முதலில் இட்ட மாட்டு சாணத்தையும்
இடது கையில் கன்று குட்டியின் மூக்கனாங்கயிற்றையும்
பிடித்தவாறு நின்றவளை, அம்சவள்ளி, பார்த்து விளையாட்டு
தனத்தோடு குறும்பையும் சேர்த்து உங்கள் பெயர் என்ன....
என்றாள்.

அவர்களை கண்டதும் எதற்காக வந்திருக்கிறார்கள் என்பதை உணர்ந்த அவள், வெட்கப்பட்டவளாய் அதனால் ஏற்ப்பட்ட அதிர்வலையில் கால் பெருவிரலை மண்ணில் வட்டமாய் தேய்த்தவாறே என் தாத்தாவை ஒரு கண்ணில் பார்த்தபடி தெய்வநாயகி என்றாள்.

என் தாத்தாவின் கண்கள், விளக்கை முதன்முதலாய் கண்ட
விட்டில்
பூச்சிகளாய் அவளையே அசையாது பார்த்தது.

இது உண்மையில் நடந்தது!!!
எனது தாத்தா அவரது காதலியை முதல் முதலாய் கண்டதை
என்னிடம் பகிர்ந்ததை கதையாய் எழுதியுள்ளேன்!

முத்தம் என்ன சுவையோ?

உண்மையில் நான் அவளை காதலித்து இன்றோடு ஐந்து மாதங்களாகிறது.......💜

அதுவரை அவள் கண்களையே காதலித்து பழகியவனுக்கு இன்றோ அத்தனையும் தனித்தனி யழகாய் தெரிகிறது.

இந்த பதினைந்து வருடமும் இதே நிறத்தில் தான் அதை காண்கிறேன்.....................
ஆனால் அவள் உதடு இதற்குமுன் இத்தனை யழகில்லையே

அந்த உதட்டின் கீழ்புறத்தில் அமைந்திருக்கும் அந்த மச்சம்தான் எத்தனை புன்னியம் பண்ணியிருக்கும்..........

ஒவ்வொரு முறை அவள் பேசி முடிக்கவும் தன் இளஞ்சிவப்பு நாக்கால் தன் உதட்டோடு அந்த மச்சத்தையும் சேர்த்து சுழற்றுவாள் பார்க்க வேண்டுமே.............😍

ஒரு நெடுநீண்ட கத்தியை என் இதயத்தில் குத்தினால் எத்தனை வலிக்கும், அதைவிட அதிகமாய் துடித்திருக்கும் என் இதயம்

இயற்கையில் அவளுதடானது செவ்வந்தி மலரோடு, இளஞ்சிவப்பு ரோஜாவை கலந்தாற் போன்றே இருக்கும்............!

அன்றைய வகுப்பில், அவளானவள் முழு நீண்ட மலராகவும் அவளுதடானது தேனினை சுரந்திழுக்கும் சூழிலையாகவே தெரிந்திருந்தது.............🌺

மிகப்பிடித்த கணிதமென்ன! அன்றைக்கு நடந்த ஒரு வகுப்பிலும் என் கவனம் இருந்திருக்கவில்லை..........💜

என் ஆதியையும் அந்தத்தையும் அவளே கட்டுண்டு வைத்திருந்தாள்..........

அவள் அழகாய் சிரிக்கையில் இத்தனை அழகை
காணத்தானோ
நான் பிறந்திருக்கிறேனோ.........
என்ற நினைவோடு நானிருக்கையில்

அன்றைய தமிழ் வகுப்பு.............. ♥

காதல் கனிந்த கணத்திலிருந்தே நான் திருக்குறள் ரசிகனான காரணம், திருக்குறளை வாசிப்பது.................! என் வாசுகியாயிற்றே.....

தமிழ் வகுப்பில் தினமொரு குறள் சொல்லி விளக்கிட வேண்டும் என அவளுக்கு அறிவுறுத்திருந்தார், ஆசிரியர்

அன்றைக்கான குறள், அவளின் தமிழிசை குரலில்

குரள் சொல்லுவதற்கு முன் தன் இதழை அவள் நாக்கால் குளிப்பாட்டுவாள் பாருங்களேன்.................!

அதுவரை அழகாய் இருந்திருக்கும் அவள் இதழ்,
அதிஉன்னத அழகாய் மாறியிருக்கும்.......

"பாலொடு தேன்கலந் தற்றே பணிமொழி
வாலெயிறு ஊறிய நீர்"

என்று குறள் கூறியவள் சற்று நிறுத்தி என்னை கண்டு சற்றே வெட்கப்பட்டு சிரித்தப்படியாய்..............!

அவள் வெட்கப்படுகிறாள் என்பதை நான் அறிவது எவ்வாறென்றால்,

அதுவரை அவளது கன்னங்கள் சூரியக்கதிரால் சுடப்பட்ட வானம் போல் மொத்தமும் ஆரஞ்சு நிறத்தில் இருக்கும்,

வெட்கப்பட்ட அடுத்த கணம், உதையமாகும் சூரியனால் இறுதியாக இடப்படும் இளஞ்சிவப்பு கதிரைப் போல் சிவந்திடும்.............!

அத்தனை சிவந்த கன்னங்களோடு, என்னை ஒரு பார்வைப்பார்த்து........

குயிலாய் மொழிபேசிடும் தலைவியின் உதட்டின் வெண்பற்களுக்கிடையே ஊரிய நீரானது பாலினை தேனோடு கலந்த சுவையாற்றுமோ! என திருவள்ளுவரின் கேள்வியை பதிலாய் அவள் குறளின் விளகத்தை முடித்தாள்

அன்றைய வகுப்பு முடிந்து என்னழகு பூச்செடியுடன் நடந்தே நான் வீடு வருகையில் உண்மையில் முத்தம் அத்தனை இனிக்குமா என்றேன் அவளிடம்?

ம்ம்ம்ம்ம்ம்ம்ம் தெரியவில்லையே ஏன்? என்றுவிட்டு

ஒருமுறை நாக்கை சுழற்றினாள், அவள் மென்னிதழை மென்மேலும் மென்மையாக்க!!!!!!!!!!!!

என்னால் அதற்குமேல் பதில் சொல்ல இயலாமல்! ஒரு மௌனத்தோடு அவளருகில் நடந்து வந்தேன்................

சற்றே இடைவெளிக்கு பின் உண்மையாய் தான் இருக்கும் திருவள்ளுவர் பொய் சொல்ல மாட்டாரே என்றாள்....................

அத்தகைய பதிலுக்கு பின் என்னால் அமைதியாய் இருக்கவும் முடிவதாய் இல்லை

என் அழகிய இளஞ்சிவப்பு ரோஜாவை அதன் பெயராலே அழைத்தேன்......

அவளும்
என்ன டா? என்றாள்.......

எனக்கொரு முத்தம் தரியா!
டேஸ்டு எப்படி இருக்கிறதென்று மட்டும் பார்த்துகிறேன் டி என்றேன்

கருவிழி விரிய என்னைக் கண்டவள்,
வெட்கத்தோடு
வேணாம் டா......
என்றாள்.

ஒரேஒரு முத்தமென்று அவளிடம் கெஞ்சி அவள் அனுமதியின்றியே, நான் அவளை முத்தமிட வந்த கணம்,

ஒரு நொடி தாமதமாய் அவரை கண்டிருந்தாலும் எங்கள் காதல் அவள் தந்தைக்கு வெளிச்சமாகியிருக்கும்

பால்நிறத்தவளின் தந்தை பால் விற்க சென்றுக்கொண்டிருந்தார்.

இன்றளவும் எனக்கு நினைவிருக்கிறது, அவர் என்னிடம் என்னபா!
அவள் நன்றாக படிக்கிறாளா? என்றது.

அத்தனை தான் கைக்கு எட்டிய சூழிலை வாயிற்கு எட்டாமல் சென்றது...........

வீட்டிற்கு சென்றும் அக்குறள் நினைவு தான்

விஜய் நவீன்

அம்மாவிடமே கேட்டுவிட்டேன், பாலோடு தேன் கலந்தால் எத்தனை சுவையாய் இருக்கும் என்று..................

அம்மாவோ பயங்கரமாக தித்திக்கும் என்றாள்.

இரவெல்லாம் அதை பற்றிய யோசனைதான், எத்தனை இனிதாய் அது இருக்குமென்று

சரியாக அடுத்த நாள் 21.10.2011 அன்று தான் அது நடந்தேறியது.

எங்களது வீட்டிற்கு பின்னால் ஒரு வழைத்தோப்பு ஒன்று உண்டு..............

அங்கே மோட்டரிலிருந்து எந்நேரமும் தண்ணீர் பாய்த்துக்கொண்டே இருந்திருப்பார்கள்............

எனதழகான பூச்செடி, தன்னைத்தானே குளிப்பாட்டிக் கொள்ள சென்றதை அறிந்து நான் அங்கு செல்ல, நான் தேடிச்சென்ற பூச்செடி வழியெல்லாம் தண்ணீர் தெளித்து நடந்து வந்திருந்தது.

உண்மையில் அவள் நீர் சொட்டிடும் சுடிதாரில் இடுப்பில் துண்டை சுழற்றியப்படி நடந்து வந்திருந்தாள்.

அந்த அழகை சொல்லிட இன்றளவும் வார்த்தைகள் என்னிடமில்லை.

ஏன் இங்கே, என்று அவள் உதடுகளால் வினாவி..............

அவள் நாக்கை அவள் உதடுகளோடு சுழற்றிய அடுத்த வினாடி, என் இதழை அவளிதளோடு இணைத்து அருகில்

நின்ற வாழைமரத்தோடு அவளின் எச்சிலை பருகிய எனக்கு தோன்றியது...............

அவளது எச்சிலானது, பழைய சாதத்தில் வெங்காயத்தோடு கருவாடை உண்ட சுவையாய் இருக்கிறது என்பது........❤

(இது கற்பனை கதைதாங்க!!! 😛)

நன்றி

www.ingramcontent.com/pod-product-compliance
Lightning Source LLC
LaVergne TN
LVHW091120150826
845673LV00002B/901

* 9 7 8 9 3 5 5 3 3 0 5 1 2 *